நீர் நிலைகள்

வி.எஸ்.ரோமா

ISBN 978-1-63886-001-3

பொருளடக்கம்

1

தண்ணீரை சேமிப்போம். சிறுதுளியே பெரும் வெள்ளமாகும். மழை நீரை சேகரிப்போம். நம் மண்ணின்வளத்தை பாதுகாப்போம்மழை நீர் நம் ஒவ்வொருவரின்உயிர்நீர்.

ஏரி என்பது சுற்றிலும் நிலத்தால் சூழப்பட்ட ஒரு நீர்நிலை ஆகும். பெரும்பாலான ஏரிகள் நன்னீர் ஏரிகள் ஆகும். இவை உலகின் வட அரைக் கோளத்தில் உயர்ந்த பகுதிகளில் உள்ளன. நிலப் பகுதியில் உள்ள பெரிய ஏரிகள் சில நேரங்களில் சிறிய <u>கடல்என்றும்</u> அழைக்கப்-படுகின்றன. நிறைய ஏரிகள் செயற்கையாக கட்டப்படுகின்றன. அவை <u>நீர் மின் ஆற்றல்</u>உற்பத்தி செய்வதற்கும் நீர் வினியோகம், மற்றும் பொழுதுபோக்கு இடங்களாக பயன்படுத்தவும் கட்டப்படுகின்றன.

நீர் நிலைகளை பாதுகாத்தல்

நீரின்றி அமையாது உலகு... என்பது வள்ளுவன் வாக்கு. உணவு இல்லாமல் கூட பல நாட்கள் மனிதனால் உயிர் வாழ முடியும். ஆனால், தண்ணீர் இல்லாமல் ஓரிரு நாட்கள் கூட உயிர் வாழ முடியாது. எத்-தனை வளமிருந்தாலும் தமிழ்நாட்டின் முன்னேற்றத்துக்கு குறுக்கே நிற்-பது தண்ணீர் பிரச்சனைதான். காவிரி, பாலாறு, தென்பெண்ணையாறு என வெளிமாநில நதிகளைத்தான் நீர் ஆதாரத்துக்காக நம்ப வேண்டி-யிருக்கிறது.

50 ஆண்டுகளுக்கு முன்பு கிணறுகளில் தண்ணீரை சாதாரணமாக அள்ளலாம் அந்த அளவிற்கு தண்ணீர் நிறைந்து காணப்படும். மேலும் அள்ள அள்ள நீர் ஊறிக்கொண்டே இருக்கும் ஆனால் இன்று, கார்ப்-ரேஷன் தண்ணீர் ஒருநாள் விட்டு ஒருநாள் நம் பகுதிகளுக்கு வருகிறது

என்பது சிறு ஆறுதல் தரக்கூடிய நிலைமைக்குதள்ளப்பட்டுள்ளோம், தமிழ்நாட்டில் விவசாயம் என்பதே இல்லாமல் போனாலும் ஆச்சர்ய மில்லை. தமிழ்நாட்டில் தண்ணீர் இப்போது விற்பனை பொருள், தண் ணீர் பாக்கெட், தண்ணீர் பாட்டில், தண்ணீர் கேன் என்று இப்போது பணம் பண்ணும் தொழிலாகிவிட்டது. நதிகள் ஒன்றாக இணைந்தால் வெள்ள அபாயம் இருக்காது, நல்ல மழை பெய்த மாநில தண்ணீர் வறட்சி பாதித்த மாநிலத்திற்கு போய் சேரும். அந்த மாநில தண் ணீர் பிரச்சனையும் தீரும். சமூக ஆர்வலர்கள், சுற்றுச்சூழல் நிபுணர்கள், சமூக அமைப்புகள் நதிகள் இணைப்பை வலியுறுத்துகின்றன.

பருவமழை பொய்த்தது என்பது நமது தண்ணீர் தாகத்திற்கு காரணம் அல்ல. பெய்த மழை நீரை நாம் தேக்கி வைத்து கொள்ள எந்த ஏற் பாடும் செய்து கொள்வதில்லை என்பதே உண்மை. மழைக்காலங்களில் கண்மாய்கள், குளங்கள், ஏரிகள் நிறைந்து வழிந்து கடலில் கலந்து விடு கிறது.

அதுமட்டுமல்ல ஈயம், குரோமியம், காட்மியம் போன்ற கனிமங் களால் தண்ணீர் மாசுபட்டிருக்கிறது என்று நீர்வள அமைச்சகத்தின் அறிவிப்பு நம்மை மிரளச்செய்கிறது. உலக அளவில் பார்க்கும் போது கூட இந்தியாவின் நீர்வளம் பெருமை பட்டு கொள்வது போல் இல்லை. மோசமான நிலைதான், உலக மக்கள் தொகையில் இந்தியாவின் மக் கள் தொகை பதினாறு சதவிகிதம், ஆனால் இந்தியாவின் நீர்வளம் வெறும் நான்கு சதவிகிதம் தான்,

இப்படியே போனால் என்ன ஆகும்? நினைத்து பார்க்கவே பயமாக இருக்கிறது. நிலத்தடி நீரை நாம் முற்றிலுமாக இறைத்துவிட்டால், அந்த இடத்திற்கு ஆழ்நிலை உப்புத் தண்ணீர் வந்துவிடும் அபாயம் இருக்கி றது. இந்த தண்ணீர் கடல் நீர் போலத்தான். நமது அன்றாட வாழ்வுக்கு பயன்படுத்துவது மிகவும் கடினம். இருக்கின்ற நீர்நிலைகளை பாதுகாக்க அரசு கடும் சட்டம் இயற்ற வேண்டும்.

ஏரிகளை பாதுகாக்க ....

வீடு கட்டுகிறது, அரசு அலுவலகங்கள், பஸ் நிலையங்கள் கட்டு கிறது. இடப்பற்றாக்குறைக்காக நீர் ஆதாரங்களை கொள்ளையடிப்பதை ஏற்றுக்கொள்ள முடியாது. எனவே நீரை பாதுகாக்கவும், சூழலின் சமன்

பாட்டை நிலைத்திருக்கச்செய்வதும் மக்கள் கையில்தான் உள்ளது. நீரை சேமிப்போம், வருங்கால தலைமுறையை பாதுகாப்போம்.

நீர் வளத்தைப் பெருக்க ......

நீரின் மகத்துவத்தையும், பொருளாதார வளர்ச்சியில் அதன் முக்கியப் பங்கை உணர்த்தும்வகையிலும், ஐ.நா. சபையில் எடுத்த முடிவின்படி, உலக தண்ணீர் தினம் 1993 முதல் ஆண்டுதோறும் மார்ச் 22-ல் நீர் தொடர்பான ஒரு தலைப்பைத் தெரிவுசெய்து கொண்டாடப்பட்டுவருகிறது.

ஆற்றுப்படுகைகளில் வசிப்பவர்கள் மட்டுமே நீர்ப் பஞ்சத்தைத் தற்போது சந்திக்காமல் வாழ்கிறார்கள். அதாவது, மொத்த மக்கள் தொகையில், தற்போது ஏறக்குறைய 76% மக்கள் கடுமையான நீர்ப்பஞ்சத்தில் வாழ்கிறார்கள் என்பது அதிர்ச்சியான உண்மை.

தண்ணீர்ப் பற்றாக்குறை என்ன செய்யும்?

தனி நபருக்குக் கிடைக்கின்ற நீரின் அளவுக்கும் ஒரு நாட்டின் வறுமையின் அளவுக்கும் நெருங்கிய தொடர்பு இருக்கிறது. பெண்கள் நீரைத் தேடி அலைவதாலும், பல மணி நேரம் காத்துக்கிடப்பதாலும் அவர்களின் உழைக்கும் நேரம் வீணடிக்கப்பட்டு, வருமானக் குறைவு ஏற்படுகிறது. நீரைத் தேடி அலைவதாலும், காத்துக்கிடப்பதாலும் ஏறக்குறைய 15 கோடிப் பெண்களின் வேலை நாட்கள் ஓர் ஆண்டில் மட்டும் வீணடிக்கப்படுவதாகவும், அதனால் ரூ. 1,000 கோடி அளவுக்கு இழப்பு ஏற்படுவதாகவும் மதிப்பிடப்பட்டுள்ளது.

பருவநிலை மாற்றம், நீர் மற்றும் பொருளாதாரம்' என்ற அறிக்கையில் இந்தியா உள்ளிட்ட நீர்ப் பற்றாக்குறை உள்ள நாடு கள் வரும் 2050 வாக்கில் ஏறக்குறைய 6% அளவுக்குப் பொருளாதார வளர்ச்சியில் வீழ்ச்சி ஏற்பட வாய்ப்பு உள்ளதாக எச்சரித்துள்ளது. அதிகரித்துவரும் மக்கள்தொகை, தொழில்துறை விரிவாக்கம் மற்றும் நகர்ப்புற வளர்ச்சி ஆகிய காரணங்களால் தண்ணீருக்கான தேவை தொடர்ந்து அதிகரித்துவருகிறது.

பற்றாக்குறைக்கு என்ன காரணம்?

ஒருபக்கம் நீர்த் தேவை அதிவேகமாக வளர்ந்து வரும் வேளையில், நீர் இருப்பைச் செம்மைப்படுத்துவதற்கும்,............. புதிய நீராதாரங்களைப் பெருக்குவதற்குமான வாய்ப்புகள் பல்வேறு காரணங்களால் குறைந்துகொண்டே வருகின்றன. முதலாவதாக, நீர் வரத்துப் பகுதிகளில்

ஏற்படும் மண் அரிப்பால், அணைகளில் வண்டல் மண் சேர்ந்து அதன் கொள்ளளவு தொடர்ந்து குறைந்துவருகிறது.

இரண்டாவதாக, தென்னிந்தியாவின் உயிர்நாடி யாக இருக்கின்ற சிறிய நீராதாரங்களான குளங்கள், ஏரிகள், குட்டைகளைச் சரிவரப் பரா-மரிக்காத காரணத்தால், இவற்றின் மூலம் கிடைக்கும் நீர் தொடர்ந்து குறைகிறது.

சவால்களை எப்படிச் சமாளிப்பது?

இந்தியாவில் மொத்த நீரில் ஏறக்குறைய 85% விவசாயத் துறையால் பயன்படுத்தப்படுகிறது.

தொழிற்சாலைகள் மற்றும் வாகனங்கள் மூலம் அதிகமாக வெளியி-டப்படும் மாசுகலந்த கார்பன்டை ஆக்ஸைடால் வளி மண்டலம் பாதிக்-கப்படுகிறது. மழையளவில் மாற்றம் ஏற்படுவதற்கு இது ஒரு முக்கி-யக் காரணமாகும். இதனைச் சரிசெய்வதற்குப் புதிய மரங்களை நட்டுக் காடுகளை உருவாக்கி பச்சை அகக்கட்டுமானங்களை அதிகரிப்பது அவசிய மாகிறது.

சதுப்பு நிலங்கள் மற்றும் வெள்ளத்தைத் தாங்கக்கூடிய இடங்களைப் பாதுகாத்து, வேகமாகக் குறைந்துவரும் நிலத்தடி நீரை அதிகரிக்க நடவ-டிக்கைகள் எடுக்கப்பட வேண்டும். சிறிய நீராதாரங்களையும் குளங் களையும் ஆக்கிரமிப்புகளிலிருந்து விடுவித்து, தூர்வாரி, நீரைச் சேமிப்-பதால், சுற்றுச்சூழலோடு பல்லுயிர்களையும் பாதுகாப்பதோடு விவசாயம் மற்றும் வீடு களுக்கான நீர்த் தேவைகளைக் குறைந்த செலவில் பூர்த்-திசெய்ய முடியும்.

நிலத்தடி நீரும் வெகுவாகக் குறைந்து வருகிறது.

நிலம், நீர், நெருப்பு, காற்று, வானம் எனப்படும் பஞ்ச பூதங்கள்தான் உலக உயிர்களின் வாழ்க்கைக்கு ஆதாரம். இவை அனைத்துமே இறை-வனின் அருவநிலை அதாவது உருவமற்ற நிலை. இன்றைய சூழலில் நாம் குடிநீர், விவசாயம் மற்றும் தொழில் சார்ந்த தேவைகளுக்கு தண்-ணீரைப் பயன்படுத்துவற்கு ஆந்திரா, கர்நாடகா மற்றும் கேரளாவை எதிர்பார்த்து நிற்கிறோம். நிலத்தடி நீரும் வெகுவாகக் குறைந்து வருகி-றது.

தென்மேற்கு பருவக்காற்று மூலம் இந்தியா முழுவதும் குளிர்ந்தாலும் தமிழகத்திற்கு தென் மேற்கு பருவக்காற்றால் பெரிய பலன்கள் ஏதும்

இல்லை. வடகிழக்கு பருவக்காற்றை நம்பிதான் நாம் வான்மீது விழி வைத்துக் காத்திருக்கிறோம். சில சமயங்களில் பருவக்காற்றுகள் நல்ல மழையைக் கொண்டு வருகின்றன. ஆனாலும் நம்மிடையே நீர் மேலாண்மை பற்றிய பெரிய விழிப்புணர்வு இல்லாததால் வறட்சிக்கு வாக்கப்பட வேண்டிய சூழ்நிலையே வாய்த்து விடுகிறது.

பொற்காலம்:

இந்தியாவைப் பொறுத்தவரை குப்தர்கள் காலம் இந்தியாவின் பொற்காலம் எனப்படுகிறது. தமிழ்நாட்டில் இரண்டாயிரம் ஆண்டுக-ளுக்கு முன் சங்க காலம் பொற்காலமாக மலர்ந்திருந்தது. இதே பூமிதான் அன்று பொன்விளையும் பூமியாக இருந்தது. இதே நதிதான் வருட-மெல்லாம் நீரை வாரிக்கொண்டு வந்தது. இதே வயல்வெளிதான் அன்று நெல்மணிகளை சுமந்து வெட்கத்தில் தலை கவிழ்ந்திருந்தன. அதே பூமி-யில் இன்று ஆயிரம் அறிவியல் மாற்றங்கள். ஆயிரம் சமூக மாற்றங்-கள். ஆனாலும் தாகத்தில் தவிக்கிறது நம்பூமி. எங்கே தவறு செய்கி-றோம் என்று மனித குலம் எண்ணிப்பார்த்திருக்க வேண்டும். மன்னராட்சி மலர்ந்திருந்த காலத்தில் புதிய பல்வகை ஏற்பாடுகள் செய்யப்பட்டி-ருந்தன. சோழர் காலத்தில் நீர் பராமரிப்பற்கான "நீர்வாரியம்" அமைக்-கப்பட்டிருந்த செய்தியை கல்வெட்டுகள் கூறுகின்றன. மக்களும் நீர் ஆதாரங்களைப் பாதுகாப்பதையும், பராமரிப்பதையும் தங்கள் தினசரிக் கடமையாகக் கருதினார்கள். அழகு மிகுந்த இயற்கை சூழலான மலை-களிலும், வனங்களிலும் பாய்ந்தோடி வந்த காவிரி, தாமிரபரணி, வைகை போன்ற புண்ணிய நதிகளும், தீர்த்தங்களாகிய பிற நீர் ஆதாரங்களும் இன்று வற்றியும், மாசுபட்டும் சுவடழிந்து வருகின்றன. நீர் ஆதாரங்க-ளின் மீது தேவையற்ற வன்முறை ஏவப்படுவதும், எல்லா நீர்த்தேவைக-ளும் தீர்த்தங்களை தேடிச்செல்லாமல் நவீன வசதிகளான குழாய் முறை-களை நம்பத் தொடங்கி விட்டதும் இதற்கு காரணம்.

ஒவ்வொருமனிதனும், நீரின் அவசியத்தையும் அதன் தெய்வீக தன்-மையையும் உணர்ந்துஅவற்றைத் தூய்மையாக பாதுகாத்து பயன்படுத்த வேண்டும். இப்படிச் செய்தாலேநீர் ஆதாரத்தையும் பெருமளவு பாது-காக்க முடியும்.

தெய்வீகத்தன்மை:

தண்ணீர் தெய்வீகத்தன்மை வாய்ந்தது. இதை உணர்த்துவதற்காகத்-தான் தைப்பூசம், மாசிமகம், பங்குனி உத்திரம், சித்திரைப் பவுர்ணமி,

வைகாசி விசாகம், ஆடிப்பெருக்கு மற்றும் ஐப்பசி குடமுழுக்கு போன்ற திருவிழா காலங்களில் இறைவன் தீர்த்த நிலைகளில் எழுந்தருள்கிறார். தண்ணீரின் தெய்வாம்சத்தை அறியச் செய்வதற்காகத்தான் தீர்த்தவாரி திருவிழாக்கள் நடைபெறுகின்றன. நீரின் புனிதத்தைப் போற்றுவதற்குத்-தான் ஒவ்வொரு திருக்கோயில்களிலும், தீர்த்தக்குளங்கள் உருவாக்கப்-பட்டு புனித நீராடல்களும், தெப்பத் திருவிழாக்களும் நடைபெற்றன. இறைவன் சந்நிதியில் நின்று ஒரு துளி தீர்த்தத்தை இரு கை நீட்டி வாங்கி அதை கண்களிலும், தலையிலும் ஒற்றிக் கொள்கிறோம்.

இதே மாதிரியான பக்திப் பரவசமான மனநிலையைத் தானே எல்லா நீர்நிலைகளிலும் பிரதிபலிக்க வேண்டும். செய்கிறோமா? வான்மழை வேண்டி வருணனுக்கு விழா எடுத்ததெல்லாம் வழக்கொழிந்து விட்டதே! நீருக்காக அண்டை மாநிலங்களில் கையேந்தும் நிலை இனியேனும் மாறவேண்டும். அதற்காக நாம் ஒன்று சேர வேண்டும். ஒன்று செய்ய வேண்டும். அறிவியல் மொழியில் சொன்னால் நீர் மேலாண்மையில் கவனம் செலுத்த வேண்டும்.

ஆன்மிக மொழியில் சொன்னால் தீர்த்தங்களைப் பாதுகாப்போம். நதிகளில் நீர்பாயும்போது முதலாவதாக குளங்களையும், கண்மாய்களை-யும் நிரப்பிட வேண்டும். பல இடங்களில் குளங்களுக்கு நீர் எடுத்-துச்செல்கிற வழித்தடங்கள் அடைக்கப்பட்டுவிட்டன. இவற்றை முதலில் சரிசெய்து குளங்களுக்கு நீர்ப்பாய்ச்சிட வேண்டும். குளங்களும், கிணறு-களும் ஆக்கிரமிப்பின் பிடியில் இருந்து அகற்றப்பட வேண்டும்.

எளிய கடமைகள்:

எளிமையாக நாம் செய்யக் கூடிய கடமைகள் சில உள்ளன. புனித தீர்த்தங்களாகிய நீர் நிலைகளில் எச்சில் உமிழக்கூடாது. படித்துறைக-ளில் மலம், ஜலம் கழிக்காமல் இருக்க வேண்டும். பிளாஸ்டிக் கழி-வுகள், இறைச்சிக் கழிவுகள், அசுத்தமான துணிகள் போன்றவற்றை நதியில் கொட்டுகிறார்கள். நதியிலும், நதிக்கரையிலும் அமர்ந்து மது அருந்துகிறார்கள். போதை தலைக்கேறி பாட்டில்களை படித்துறையில் உடைத்து எறிகிறார்கள். இத்தகைய வன்முறைகளை உடனே விட்-டொழிக்க வேண்டும். காலணிகளை அணிந்துகொண்டு தீர்த்த நிலைக-ளில் இறங்கக்கூடாது. பொதுவாக தீர்த்த நிலைகளில் முதலில் காலை நனைக்கக்கூடாது.

தண்ணீரில் கைவைத்து ஒரு சொட்டு எடுத்து வணங்கிவிட்டே நீரில் இறங்க வேண்டும். இன்னும் நுட்பமாக சொல்லப்போனால் வயல்களுக்கு தண்ணீர் பாய்ச்சும்போது காலால் மடையை உடைத்து திறந்து விடுவது மரியாதை இல்லாத செயல். தினமும் அருகிலுள்ள தீர்த்தக்குளங்களுக்-குச் சென்று புனித நீராடலாம். தீர்த்த துறைகளுக்கு வாய்ப்பில்லாதவர்-கள் மாதம் ஒரு முறையேனும்

புனித நதிச்சங்கமங்களுக்கு சென்று நீராடலாம். ஜெபம், அனுஷ்-டானம், முன்னோருக்கு நீர்க்கடன் ஆற்றுவதற்கு நதிகளுக்குச் செல்-லலாம்.காவிரி, தாமிரபரணி, வைகை போன்ற புண்ணிய நதிநீர் பாயும் ஊர்களில் வசிப்பவர்கள் தினமும் நதிகளை ஆராதனை செய்யலாம். நீர்நிலைகளில் உள்ள காட்டாமணக்குச் செடிகள், ஆகாயத்தாமரை போன்ற தேவையற்ற களைச்செடிகளை அப்புறப்படுத்துவது மிகப்பெரிய புண்ணியம். இவை எல்லாம் செய்து நமது நீர்நிலைகளை காப்போம்Top of FormBottom of FormTop of Form

நீர்நிலைகள் என்பன, கடல்கள், ஆறுகள், சுனைகள், மடுக்கள் மற்-றும் நீரோடைகள் ஆகியவற்றையும், ஏரிகள், குளங்கள், அணைகள் போன்றவற்றையும் குறிக்கும்.ஐம்பூதங்களும் (பஞ்சபூதங்கள்) அடங்கி-யதுதான் இவ்வுலகம் என்கிறது தொல்காப்பியம். இவ்வைந்தில் எந்த ஒன்று குறைந்தாலும், மிகுந்தாலும் உலக உயிரினங்களுக்கு ஆபத்து ஏற்படும்! அக்காலத்தில் தமிழகத்தில் 47 வகையான நீர்நிலைகள் இருந்திருக்கின்றன என்பதை அறிய முடிகிற

● அவை:

அகழி: கோட்டையின் புறத்தே அகழ்ந்து அமைக்கப்பட்ட நீர் அரண்.

அருவி: மலை முகட்டில் தேங்கியநீர் குத்திட்டு விழுதல்.

ஆறு: பெருகி ஓடும் நதி.

இலஞ்சி: பலவற்றுக்கும் பயன்படும் நீர்த்தேக்கம்.

ஆழிக்கிணறு: கடலுக்கு அருகே தோண்டி கட்டிய கிணறு.

உறைகிணறு: மணற்பாங்கான இடத்தில் தோண்டி சுடுமண் வலையமிட்ட கிணறு.

ஊருணி: மக்கள் பருகும் நீர்நிலை.

ஊற்று: பூமிக்கு அடியிலிருந்து நீர் ஊறுவது

ஏரி: பாச நீர்த்தேக்கம்.

ஓடை: அடியிலிருந்த ஊற்று எடுக்கும் நீர்/ எப்பொழுதும் வாய்க்கால் வழி ஓடும் நீர்

கட்டுக் கிணறு: சரளை நிலத்தில் வெட்டி, கல் செங்கல் இவற்றால் சுவர் கட்டிய கிணறு.

கடல்: சமுத்திரம்

கன்மாய் (கம்வாய் - கம்மாய்): பாண்டிய மண்டலத்தில் ஏரிக்கு வழங்-கும் பெயர்.

கலிங்கு: ஏரி முதலிய பாசன நீர்த்தேக்கங்கள் உடைப்பெடுக்காமல் பலகைகளால் / கற்களால் அடைத்துத் திறக்கக்கூடிய அமைப்பு.

கால்: நீரோடும் வழி

கால்வாய்: ஏரி, குளம், ஊருணி இவற்றுக்கு நீரூட்டும் வழி.

குட்டம்: பெருங்குட்டை

குட்டை: சிறிய குட்டம்

குண்டம்: சிறியதாய் அமைந்த குளிக்கும் நீர்நிலை.

குண்டு: குளிப்பதற்கேற்ற ஒரு சிறு குளம்

குமிழி: நிலத்தில் பாறையைக் குடைந்து அடி ஊற்றை மேலெழுப்பி வரச்செய்த குடைகிணறு.

குமிழி ஊற்று: அடி நிலத்து நீர் நிலமட்டத்திற்குக் கொப்பளித்து வரும் ஊற்று.

குளம்: ஊர் அருகே உள்ள மக்கள் குளிக்கப் பயன்படும் நீர்நிலை.

கூவம் ஓர் ஒழுங்கில் அமையாத கிணறு

கூவல்: ஆழமற்ற கிணறு போன்ற பள்ளம்.

வாளி: ஆற்றுநீர் தன் ஊற்று நீரால் நிரப்பி மறுகால் வழி அதிக நீர் வெளிச்செல்லுமாறு அமைந்த நீர்நிலை

கேணி: அகலமும் ஆழமும் உள்ள பெருங்கிணறு.

சிறை: தேக்கப்பட்ட பெரிய நீர்நிலை

சுனை: மலையிடத்து இயல்பாய் அமைந்த நீர்நிலை.

சேங்கை: பாசிக்கொடி மண்டிய குளம்.

தடம்: அழகாக நாற்புறமும் கட்டப்பட்ட குளம்.

தளிக்குளம்: கோயிலின் நாற்புறமும் சூழ்ந்தமைந்த அகழி போன்ற நீர்-நிலை.

தாங்கல்: தொண்டை மண்டலத்தை ஒட்டிய பகுதியில் உள்ள ஏரி.

திருக்குளம்: கோயிலின் அணித்தே அமைந்த நீராடும் குளம். இதற்குப் புட்(ஷ)கரணி எனப் பெயர்

தொடுகிணறு: ஆற்றில் அவ்வப்பொழுது மணலைத் தோண்டி நீர் எடுக்-கும் இடம்.

தெப்பக்குளம்: ஆளோடியுடன் கூடிய தெப்பம் சுற்றி வரும் குளம்.

நடைகேணி: இறங்கிச் செல்லுமாறு படிக்கட்டு அமைந்த பெருங்கிணறு.

நீராவி(ழி): மைய மண்டபத்துடன் கூடிய பெருங்குளம். ஆவி என்றும் சொல்வர்.

பிள்ளைக் கிணறு: குளம் ஏரியின் நடுவில் அமைந்த கிணறு.

பொங்கு கிணறு: ஊற்றுக்கால் கொப்பளித்துக் கொண்டே இருக்கும் கிணறு.

பொய்கை: தாமரை முதலியன மண்டிக் கிடக்கும் இயற்கையாய் அமைந்த நீர்நிலை

மடு: ஆற்றிடையுடைய அபாயமான பள்ளம்.

மடை: ஒரு கண்ணே உள்ள சிறு மதகு
    மதகு: பல கண்ணுள்ள ஏரி நீர் வெளிப்படும் பெரிய மடை அடைப்-பும் திறப்பும் உள்ளது

மறுகால்: அதிக நீர் கழிக்கப்படும் பெரிய வாய்க்கால்.

வலயம்: வட்டக் குளம்.

வாய்க்கால்: ஏரி முதலிய நீர் நிலைகள்.

"நீரின்றி அமையாது உலகு', "தாயைப் பழித்தாலும் தண்ணீரைப் பழிக்காதே' என்றெல்லாம் முன்னோரால் போற்றப்பட்ட "தண்ணீர்' திரவத் தங்கமாய்த் திகழ்கிறது. நீர் நிலைகளைக் காப்பதன் மூலமே பார்மக்களைக் காக்க முடியும்!

கண்மாய்

மனித முயற்சியின்றி இயற்கையாகவே சூழவுள்ள உயர் நிலத்தால் அடைக்கப்பட்ட நீர் நிலை.

சுனை, கயம், பொய்கை, ஊற்று என்பன தானே நீர் கசிந்த நிலப்பகுதிகளாகும். குட்டை, மழை நீரின் சிறிய தேக்கமாகும். குளி(ர்)ப்பதற்குப் பயன்படும் நீர்நிலை 'குளம் ' என்பதாகவும் உண்பதற்குப் பயன்படும் நீர்நிலை 'ஊருணி ' எனவும் ஏர்த் தொழிலுக்குப் பயன்படும் நீர்நிலை 'ஏரி ' என்றும், வேறு வகையாலன்றி மழை நீரை மட்டும் ஏந்தி நிற்கும் நிலையினை 'ஏந்தல் ' என்றும், கண்ணாறுகளை உடையது 'கண்மாய் ' என்றும் தமிழர்கள் பெயரிட்டு அழைத்தனர். (தண்ணீர், தொ. பரமசிவன்)

ஏரி என்பது சுற்றிலும் நிலத்தால் சூழப்பட்ட ஒரு நீர்நிலை ஆகும். பெரும்பாலான ஏரிகள் நன்னீர் ஏரிகள் ஆகும். இவை உலகின் வட அரைக் கோளத்தில் உயர்ந்த பகுதிகளில் உள்ளன. நிலப் பகுதியில் உள்ள பெரிய ஏரிகள் சில நேரங்களில் சிறிய கடல்என்றும் அழைக்கப்படுகின்றன. நிறைய ஏரிகள் செயற்கையாக கட்டப்படுகின்றன. அவை நீர் மின் ஆற்றல்உற்பத்தி செய்வதற்கும் நீர் வினியோகம், மற்றும் பொழுதுபோக்கு இடங்களாக பயன்படுத்தவும் கட்டப்படுகின்றன.

தண்ணீர் சேமிப்பு

நீரின்றி அமையாது இவ்வுலகம்"

என்ற திருக்குறளின் ஒரேயொரு வரியிலேயே தண்ணீரின் முக்கியத்துவத்தை உணர முடிகிறது. மற்ற எந்த கிரகங்களிலும் இல்லாத ஒரு சிறப்பு நம் பூமிக்கு மட்டும் உண்டெனில் அது மிகையாகாது.

நாம் வாழும் இப்பூமி மூன்று பங்கு நீரினாலும் ஒரு பங்கு நிலத்தாலும் சூழப்பட்டுள்ளது என்பதை நாம் அனைவரும் அறிந்ததே. இருப்பினும் இந்த மூன்று பங்கு நீரும் மனித வாழ்க்கைக்கு உகந்ததா எனில்

இல்லை

மனிதனின் உடலிலும் 75% நீர் தான் உள்ளது. நம் உணவில் உள்ள சத்துகளை தேவையான உறுப்புகளுக்கு எடுத்துச் செல்லவும் , கழிவை கழிவு உறுப்புகளுக்கு அனுப்பவும் நீர் அவசியமாகிறது. ஒரு மனிதனின் உடலில் 42 லிட்டர் தண்ணீர் உள்ளது,. அதில் 2.7 லிட்டர் என்னும் மிகச் சிறிய அளவு குறைந்தாலும் உடலில் எரிச்சல், நடுக்கம், தலை-வலி, மயக்கம் போன்றவை ஏற்படும். அது போல நம் சுற்றுப்புறம் தூய்-மையாக அமையவும் நீர் அவசியமாகிறது.

தண்ணீர் சேமிப்பு அல்லது பாதுகாப்புஎன்பது இன்றைய அனைவ-ருக்கும் பெரிய சவாலாகவே உள்ளது.

நீரை சிக்கனமாக ஆள்வது மட்டும் நம் கடமையல்ல நீர் ஆதா-ரத்தை பெருக்குவதும் நம் கையில் தான் உள்ளது. அதற்கு நம்மால் இயன்ற அளவு வீட்டிற்கு ஒரு மரத்தை நட்டு வைப்போம். ஒவ்வொரு வீட்டிலும் மழை நீர் சேகரிப்புத் திட்டத்தினை கடைப்பிடிப்போம். இயன்ற அளவு நீர் நிலைகளை பாதுகாப்போம்.

நீரின் உபயோகத்தை குறைத்து மறுசுழற்சி முறையில் தேவையற்ற நீரை தயாரிப்புக்கும், சுத்தம் செய்வதற்கும், விவசாயத்திற்கும் பயன்ப-டுத்துவோம்.

நெகிழிப்பொருட்களை புறக்கணிப்போம்.

தென்னை பனையோலைப் பொருட்களையும், மண்பாண்டம், சில்வர் பாத்திரங்களையும் உபயோகிப்போம்.

காய்கறி கழிவுகளை உரமாக்குவோம்.

மக்கும் குப்பைகளையும் மக்காத குப்பைகளையும் தரம் பிரித்து போடுவோம்.

குழந்தைகளிடம் நீரின் அத்தியாவசியத்தையும், அதை பயன்படுத்தும் முறை மற்றும் பாதுகாக்க வேண்டிய அவசியத்தையும். இன்றே உணர்த்த ஆரம்பிப்போம்.

இன்றேல் கண்மாய்கள், குளங்கள், ஏரிகள், ஆறுகள் மூடப்பட்டு மனித குடியிருப்புகளாய் ....இவ்வேளையில் ....

நீர் சேமிப்பு முறை என்பது ஊர்த் திருவிழா போல வருடத்திற்கு ஒரு சில நாட்கள் என வழக்கமாக இல்லாமல், தினம் கடைப்பிடிக்க வேண்டிய பழக்கமாக்கிக் கொள்ள வேண்டும்.

தினமும் ஒரு சில துளிகளாவது தண்ணீரை சேமிப்போம். சிறுது-
ளியே பெரும் வெள்ளமாகும். மழை நீரை சேகரிப்போம். நம் மண்-
ணின்வளத்தை பாதுகாப்போம்மழை நீர் நம் ஒவ்வொருவரின்உயிர்நீர்.

நான்

வாசகர்களால் நான்
வாசகர்களுக்காக நான்

முற்போக்கு எழுத்தாளர் வி.எஸ்.ரோமா – கோயம்புத்தூர்
+91 82480 94200
20 புத்தகங்கள் எழுதியுள்ளேன்
விருதுகள் பல பெற்றுள்ளேன்.
கதை , கவிதை, கட்டுரை, நாவல் பொன்மொழி, நாடகம்
எழுதுவேன்.

என்
எழுத்து
என் மூச்சுள்ள வரை
என் வாசிப்பே
என் சுவாசிப்பு
என்றும்

எழுதிக் கொண்டிருக்க வே
என் ஆசை

நான் திருமணமே செய்து கொள்ளாத பெண்மணி என்பதில்
எனக்கு மகிழ்வே.

என் எழுத்துக்கு முழு ஒத்துழைப்பு கொடுப்பவர்கள் என்
பெற்றோர்களே.

தந்தை
கா சுப்ரமணியன் _ தாசில்தார் - ஓய்வு

தாய்.
சு. கிருஷ்ணவேணி

என் பெற்றோர்களே
என்
எழுத்துக்கும்
எனக்கும் முழு ஒத்துழைப்பு தருகின்றவர்கள் என்பதில்
எனக்கு மகிழ்ச்சியே.

நான் ரோமா ரேடியோ
என்ற பெயரில் எஃப் எம் ஆரம்பித்துள்ளேன்.

என்
எழுத்து
என் ரோமா வானொலி மூலம்
எங்கும் ஒலிக்க
எட்டு திக்கும் ஒலிக்க
என் ஆவல்.

பெண்களை
பெரிதாக நினைத்துப்

பெரும் மகிழ்ச்சியடைந்து
பெருமைப் படுத்த வேண்டும்.

முற்போக்கு எழுத்தாளர்
வி.எஸ். ரோமா
Roma Radio
கோயம்புத்தூர்
+91 82480 94200